Ulrich Renz · Marc Robitzky



# ฝูงหงส์ป่า

# Bầy chim thiên nga

หนังสือภาพสองภาษาจากนิทานเรื่องหนึ่งของ

ฮันส์ คริสเตียน แอนเดอร์เซน

แปล :

Anndao Stein (ภาษาไทย)

Thi Thu Trang Nguyen (เวียดนาม)

กาลครั้งหนึ่งนานมาแล้ว มีทายาทกษัตริย์อยู่สิบสองพระองค์ เอลิซ่า
พี่สาวคนโต กับน้องชายอีกสิบเอ็ดคน
อาศัยอยู่ด้วยกันอย่างมีความสุขในปราสาทอันงดงาม

Ngày xửa ngày xưa, ở một vương quốc xa xôi nọ có mười
một hoàng tử và một nàng công chúa, Elisa. Họ sống
hạnh phúc trong một toà lâu đài đẹp lộng lẫy.

อยู่มาวันหนึ่ง พระราชินีก็มาสิ้นพระชนม์ลงอย่างกะทันหัน
ต่อมาไม่นานพระราชาก็ทรงสมรสใหม่กับแม่มดใจร้าย
หล่อนสาปเจ้าชายตัวน้อยๆทั้งสิบเอ็ดให้กลายเป็นหงส์แล้วส่งไปอยู่เมืองไกล
อีกฟากของป่าใหญ่

Một thời gian sau khi Hoàng hậu mất, nhà Vua đã lấy vợ khác. Hoàng hậu mới là một mụ phù thuỷ độc ác. Mụ đã biến mười một hoàng tử thành những con thiên nga trắng và đuổi chúng đi thật xa ra khỏi bìa rừng của vương quốc.

หล่อนแต่งตัวให้เจ้าหญิงน้อยด้วยผ้าขี้ริ้วแล้วทาหน้าด้วยขี้ผึ้งให้ดูน่าเกลียด ซึ่งแม้แต่บิดาแท้ๆยังจำไม่ได้ ถึงขนาดไล่ออกไปจากปราสาท เอลิซ่าวิ่งหนีเข้าไปในป่าทึบ

Mụ đã cho Elisa mặc quần áo rách rưới và bôi kem bẩn lên mặt nàng, đến nỗi cha nàng không nhận ra nàng và ông đã đuổi nàng ra khỏi lâu đài. Elisa chạy vào rừng trong bóng tối.

เมื่อต้องอยู่อย่างโดดเดี่ยว
เอลิซ่าก็คิดถึงน้องๆที่หายไปอย่างสุดใจ
เมื่อความมืดมาเยือนเธอก็เอาตะไคร่น้ำมาปู
นอนใต้ต้นไม้

Bây giờ Elisa chỉ có một mình và nàng nhớ các em trai của mình sau khi họ bị mụ phù thuỷ đuổi đi.

เช้าวันรุ่งขึ้นเอลิซ่าเดินไปยังทะเลสาปที่เงียบสงบ
แล้วต้องตกตะลึงอย่างมากเมื่อเห็นเงาตัวเองในน้ำ
แต่เมื่ออาบน้ำแล้วเธอก็กลับมาเป็นเจ้าหญิงที่สวยที่สุดในจักรวาลอีกครั้ง

Sáng sớm hôm sau nàng đi đến một hồ nước tĩnh lặng và soi mình trong đó. Nàng đã hoảng hốt khi nhìn thấy bóng mình trong mặt nước. Sau khi gội rửa sạch sẽ, Elisa là nàng công chúa đẹp nhất dưới ánh nắng mặt trời.

หลายวันผ่านไปเอลิซ่าก็มาถึงทะเลใหญ่ ที่ที่มีขนหงส์สิบเอ็ดอันแกว่งไปมาอยู่บนเกลียวคลื่น

Sau nhiều ngày Elisa đã đến được bãi biển lớn. Trên sóng biển dập dềnh có mười một chiếc lông chim thiên nga.

เมื่ออาทิตย์ตกดิน จู่ๆก็เกิดมีเสียงวูบขึ้นในสายลม
แล้วหงษ์ป่าทั้งสิบเอ็ดตัวก็บินร่อนลงสู่ผิวน้ำ
เอลิซ่ารู้สึกได้ในทันทีว่านั่นคือน้องชายที่ถูกสาป
แต่พวกเขาสื่อสารกันด้วยภาษาหงส์ เธอเลยไม่สามารถเข้าใจได้

Khi hoàng hôn buông xuống, có tiếng ồn ào trong không trung và mười một con thiên nga hạ cánh xuống mặt biển. Elisa nhận ra ngay lập tức đó là các em trai của mình. Vì các em nàng nói tiếng của thiên nga, nên nàng không thể hiểu được các em nàng nói gì.

ในเวลากลางวันฝูงหงส์จะบินจากไป
แต่พอตกค่ำพี่น้องก็โอบกอดกันอย่างอบอุ่นอยู่ในถ้ำ
ค่ำคืนหนึ่งเอลิซ่าฝันประหลาด

ในฝันแม่เธอมาบอกว่า เธอจะช่วยคลายคำสาปให้น้องๆ ได้อย่างไร
เธอต้องไปเก็บใบตำแยมาถักเป็นเสื้อแล้วโยนใส่หงส์ทีละตัว
และห้ามพูดอะไรแม้แต่คำเดียวกว่าจะถึงตอนนั้น
ไม่เช่นนั้นน้องๆของเธอจะต้องตาย
เอลิซ่าเริ่มถักเสื้อในทันที และถึงแม้ว่ามือของเธอจะแสบร้อนเป็นไฟ
เธอก็ถักต่อไปอย่างไม่ย่อท้อ

Ban ngày các em nàng bay đi kiếm ăn, tối đến họ quây quần bên chị gái mình trong một cái hang.

Một đêm nọ Elisa được Mẹ báo mộng: Mẹ nói cho Elisa biết cách để nàng giải thoát cho các em trai. Nàng phải đan cho mỗi em một chiếc áo từ cây tầm ma và tung áo lên cho các em mặc. Cho đến lúc đan xong áo nàng không được nói một từ nào cả, nếu nàng nói thì các em của nàng sẽ phải chết.
Elisa bắt tay ngay vào công việc đan áo. Mặc dù tay nàng bị xưng phồng lên và đau đớn vì cây tầm ma, nhưng nàng vẫn tiếp tục đan áo không mệt mỏi.

อยู่มาวันหนึ่ง
มีเสียงแตรล่าสัตว์ดังมาแต่ไกล
เจ้าชายขี่ม้ามากับผู้ติดตาม
ไม่นานก็มาหยุดอยู่ตรงหน้าเอลิซ่า
เมื่อทั้งคู่สบตากันก็เกิดเป็นรักแรกพบในทั
นใด

Một ngày nọ từ xa có tiếng tù và của đoàn người đi săn. Một chàng hoàng tử và đoàn tuỳ tùng của mình cưỡi ngựa và chẳng bao lâu sau họ đã đứng trước nàng. Khi hoàng tử và Elisa nhìn vào mắt nhau, họ đã có cảm tình với nhau.

เจ้าชายอุ้มเอลิซ่าขึ้นบนหลังม้าแล้วพาขี่ม้ากลับสู่ปราสาท

Hoàng tử đặt nàng lên yên ngựa và cưỡi ngựa về cung.

ท่านขุนคลังใหญ่นั้นไม่พอใจกับการมาถึงข
องสาวใบ้รูปงามเป็นอย่างมาก
เพราะหวังจะให้ลูกสาวตัวเองได้แต่งงานกั
บเจ้าชาย

Vị tổng giáo chủ trong cung là người không bằng lòng về việc xuất hiện của cô gái câm xinh đẹp ở trong cung. Lão muốn con gái của lão trở thành vợ của hoàng tử.

เอลิซ่าไม่เคยลืมน้องๆเลย
ทุกๆเย็นเธอยังคงถักเสื้อต่อไป
ค่ำวันหนึ่งเธอเดินออกไปที่สุสานเพื่อเก็บใ
บตำแยสดๆ
โดยที่ไม่รู้ว่าท่านขุนคลังใหญ่แอบติดตามดู
อยู่

Elisa không thể quên được các em trai của mình. Mỗi tối nàng lại tiếp tục đan áo từ cây tầm ma. Một tối nọ nàng đi đến nghĩa địa để lấy cây tầm ma tươi. Vị tổng giáo chủ đã bí mật theo dõi nàng.

เมื่อเจ้าชายออกไปล่าสัตว์อีกครั้ง
ท่านขุนคลังใหญ่ก็สั่งให้เอาตัวเอลิซ่าไปขัง
คุก โดยใส่ร้ายว่า
เอลิซ่าเป็นแม่มดที่ออกไปเจอกับแม่มดอื่น
ๆตอนกลางค่ำกลางคืนอยู่เสมอ

Khi hoàng tử đi săn, vị tổng giám mục đã vứt Elisa vào ngục giam. Lão bịa đặt rằng, Elisa là một mụ phù thuỷ và nàng gặp gỡ các mụ phù thuỷ khác mỗi đêm.

พอเช้ามืด
พวกผู้คุมก็นำตัวเอลิซ่าไปยังตลาดในชุมชน
เพื่อที่จะเผาเธอทั้งเป็น

Vào tờ mờ sáng Elisa được viên cai ngục dẫn đi. Nàng sẽ phải chết trên giàn thiêu.

ทันทีที่ไปถึงที่นั่น หงส์ป่าสีขาวทั้งสิบเอ็ดตัวก็บินมาถึงเช่นกัน
เอลิซ่ารีบโยนเสื้อใบตำแยที่ถักไว้ใส่หงส์ทุกตัว
แล้วน้องๆทั้งหมดของเธอก็กลายร่างเป็นคนมายืนอยู่ตรงหน้าเธอ
มีแต่น้องคนเล็กสุดที่ได้เสื้อตัวที่ยังถักไม่เสร็จ
ก็เลยยังคงแขนข้างหนึ่งเป็นปีกหงส์ไว้

Khi nàng vừa tới giàn thiêu, thì bỗng nhiên mười một con thiên nga trắng bay tới. Nhanh chóng Elisa tung lên cao cho mỗi con thiên nga một chiếc áo được đan từ cây tầm ma. Trong nháy mắt đàn thiên nga đã biến thành người và đứng trước nàng. Riêng hoàng tử út còn lại một cánh thiên nga thay cánh tay, vì chiếc áo của chàng chưa được đan hoàn chỉnh.

พี่น้องทั้งสิบสองคนยังโอบกอดหอมแก้มกันไม่เสร็จ
เจ้าชายก็กลับมาจากล่าสัตว์
ถึงเวลาที่เอลิซ่าจะได้อธิบายเรื่องราวให้เจ้าชายฟังซะที
เจ้าชายสั่งให้นำตัวท่านขุนคลังใหญ่ไปขังคุก
แล้วจัดงานฉลองสมรสกับเอลิซ่าเจ็ดวันเจ็ดคืน

*แล้วทุกคนก็อยู่กันอย่างมีความสุขตราบชั่วนิรันดร์*

Trong khi Elisa và các em còn chưa hết mừng vui thì hoàng tử đi săn đã trở về. Cuối cùng Elisa có thể giải thích tất cả cho chàng nghe. Hoàng tử đã ném vị tổng giáo chủ xấu xa vào trong ngục giam. Và đám cưới của họ được diễn ra trong bảy ngày dài.

Và họ sống hạnh phúc mãi mãi về sau.

ฮันส์ คริสเตียน แอนเดอร์เซน

Hans Christian Andersen was born in the Danish city of Odense in 1805, and died in 1875 in Copenhagen. He gained world fame with his literary fairy-tales such as „The Little Mermaid“, „The Emperor’s New Clothes“ and „The Ugly Duckling“. The tale at hand, „The Wild Swans“, was first published in 1838. It has been translated into more than one hundred languages and adapted for a wide range of media including theater, film and musical.

# คุณชอบวาดรูปไหม

นี่คือรูปภาพจากเรื่องราวสู่สีสันใน:

## www.sefa-bilingual.com/coloring

สนุก!

► อายุที่แนะนำ: ตั้งแต่ 2 ปี

ทิมนอนไม่หลับ หมาป่าน้อยของเขาหายไป ลืมไว้ข้างนอกหรือเปล่านะ

เลยลุกขึ้นคนเดียวกลางคืน แล้วได้เจอเพื่อนโดยบังเอิญ

**ในภาษาของคุณ?**

► ตรวจสอบที่นี่:

**www.sefa-bilingual.com/languages**

► Recommended age: 2-3 and up

Lulu can't fall asleep. All her cuddly toys are dreaming already – the shark, the elephant, the little mouse, the dragon, the kangaroo, and the lion cub. Even the bear has trouble keeping his eyes open ...
Hey bear, will you take me along into your dream?
Thus begins a journey for Lulu that leads her through the dreams of her cuddly toys – and finally to her own most beautiful dream.

www.sefa-verlag.de

sefa

Special thanks to: Paul Bödeker, Freiburg, Germany



ISBN: 9783739984971

www.sefa-bilingual.com

www.ingramcontent.com/pod-product-compliance
Lightning Source LLC
LaVergne TN
LVHW070602061026
849580LV00018B/2795
* 9 7 8 3 7 3 9 9 8 4 9 7 1 *